TRANZLATY

Language is for everyone

Ngôn ngữ dành cho tất cả mọi người

Beauty and the Beast

Người đẹp và quái vật

Gabrielle-Suzanne Barbot de Villeneuve

English / Tiếng Việt

Copyright © 2025 Tranzlaty
All rights reserved
Published by Tranzlaty
ISBN: 978-1-83566-996-9
Original text by Gabrielle-Suzanne Barbot de Villeneuve
La Belle et la Bête
First published in French in 1740
Taken from The Blue Fairy Book (Andrew Lang)
Illustration by Walter Crane
www.tranzlaty.com

There was once a rich merchant
Ngày xưa có một thương gia giàu có
this rich merchant had six children
Người thương gia giàu có này có sáu người con
he had three sons and three daughters
ông có ba người con trai và ba người con gái
he spared no cost for their education
ông không tiếc chi phí cho việc giáo dục của họ
because he was a man of sense
bởi vì anh ấy là một người đàn ông có ý thức
but he gave his children many servants
nhưng ông đã cho con cái mình nhiều người hầu
his daughters were extremely pretty
các con gái của ông ấy cực kỳ xinh đẹp
and his youngest daughter was especially pretty
và cô con gái út của ông đặc biệt xinh đẹp
as a child her Beauty was already admired
khi còn nhỏ vẻ đẹp của cô đã được ngưỡng mộ
and the people called her by her Beauty
và mọi người gọi cô ấy bằng vẻ đẹp của cô ấy
her Beauty did not fade as she got older
vẻ đẹp của cô ấy không hề phai nhạt khi cô ấy già đi
so the people kept calling her by her Beauty
vì vậy mọi người vẫn gọi cô ấy bằng vẻ đẹp của cô ấy
this made her sisters very jealous
điều này làm cho chị em cô ấy rất ghen tị
the two eldest daughters had a great deal of pride
hai cô con gái lớn có lòng tự hào rất lớn
their wealth was the source of their pride
sự giàu có của họ là nguồn gốc của lòng tự hào của họ
and they didn't hide their pride either
và họ cũng không che giấu lòng tự hào của mình
they did not visit other merchants' daughters
họ không đến thăm con gái của những thương gia khác
because they only meet with aristocracy
bởi vì họ chỉ gặp gỡ với tầng lớp quý tộc

they went out every day to parties
họ đi dự tiệc mỗi ngày
balls, plays, concerts, and so forth
bóng, vở kịch, buổi hòa nhạc, v.v.
and they laughed at their youngest sister
và họ cười nhạo cô em gái út của họ
because she spent most of her time reading
bởi vì cô ấy dành phần lớn thời gian để đọc
it was well known that they were wealthy
người ta đều biết rằng họ giàu có
so several eminent merchants asked for their hand
vì vậy một số thương gia nổi tiếng đã yêu cầu giúp đỡ họ
but they said they were not going to marry
nhưng họ nói rằng họ sẽ không kết hôn
but they were prepared to make some exceptions
nhưng họ đã chuẩn bị để đưa ra một số ngoại lệ
"perhaps I could marry a Duke"
"có lẽ tôi có thể kết hôn với một Công tước"
"I guess I could marry an Earl"
"Tôi đoán tôi có thể kết hôn với một Bá tước"
Beauty very civilly thanked those that proposed to her
người đẹp rất lịch sự cảm ơn những người đã cầu hôn cô ấy
she told them she was still too young to marry
cô ấy nói với họ rằng cô ấy vẫn còn quá trẻ để kết hôn
she wanted to stay a few more years with her father
cô ấy muốn ở lại thêm vài năm với cha cô ấy
All at once the merchant lost his fortune
Đột nhiên người thương gia mất hết tài sản
he lost everything apart from a small country house
anh ấy đã mất tất cả mọi thứ ngoại trừ một ngôi nhà nhỏ ở nông thôn
and he told his children with tears in his eyes:
và ông nói với các con mình trong nước mắt:
"we must go to the countryside"
"chúng ta phải đi về vùng nông thôn"
"and we must work for our living"

"và chúng ta phải làm việc để kiếm sống"
the two eldest daughters didn't want to leave the town
hai cô con gái lớn không muốn rời khỏi thị trấn
they had several lovers in the city
họ có nhiều người tình trong thành phố
and they were sure one of their lovers would marry them
và họ chắc chắn rằng một trong những người tình của họ sẽ cưới họ
they thought their lovers would marry them even with no fortune
họ nghĩ rằng người yêu của họ sẽ cưới họ ngay cả khi không có tài sản
but the good ladies were mistaken
nhưng những người phụ nữ tốt đã nhầm lẫn
their lovers abandoned them very quickly
người tình của họ đã bỏ rơi họ rất nhanh chóng
because they had no fortunes any more
bởi vì họ không còn tài sản nữa
this showed they were not actually well liked
điều này cho thấy họ thực sự không được yêu thích
everybody said they do not deserve to be pitied
mọi người đều nói rằng họ không xứng đáng được thương hại
"we are glad to see their pride humbled"
"Chúng tôi rất vui khi thấy lòng kiêu hãnh của họ được hạ thấp"
"let them be proud of milking cows"
"hãy để họ tự hào vì được vắt sữa bò"
but they were concerned for Beauty
nhưng họ quan tâm đến vẻ đẹp
she was such a sweet creature
cô ấy là một sinh vật thật ngọt ngào
she spoke so kindly to poor people
cô ấy nói chuyện rất tử tế với những người nghèo
and she was of such an innocent nature
và cô ấy có bản chất ngây thơ như vậy
Several gentlemen would have married her

Một số quý ông đã muốn cưới cô ấy
they would have married her even though she was poor
họ sẽ cưới cô ấy mặc dù cô ấy nghèo
but she told them she couldn't marry them
nhưng cô ấy nói với họ rằng cô ấy không thể kết hôn với họ
because she would not leave her father
bởi vì cô ấy không muốn rời xa cha mình
she was determined to go with him to the countryside
cô ấy quyết định đi cùng anh ấy đến vùng nông thôn
so that she could comfort and help him
để cô ấy có thể an ủi và giúp đỡ anh ấy
Poor Beauty was very grieved at first
Người đẹp tội nghiệp lúc đầu rất buồn rầu
she was grieved by the loss of her fortune
cô ấy đau buồn vì mất đi tài sản của mình
"but crying won't change my fortunes"
"nhưng khóc lóc sẽ không thay đổi được vận mệnh của tôi"
"I must try to make myself happy without wealth"
"Tôi phải cố gắng làm cho mình hạnh phúc mà không cần giàu có"
they came to their country house
họ đã đến ngôi nhà ở quê của họ
and the merchant and his three sons applied themselves to husbandry
và người thương gia cùng ba người con trai của ông đã tận tụy với nghề nông
Beauty rose at four in the morning
vẻ đẹp đã nở vào lúc bốn giờ sáng
and she hurried to clean the house
và cô ấy vội vã dọn dẹp nhà cửa
and she made sure dinner was ready
và cô ấy đảm bảo bữa tối đã sẵn sàng
in the beginning she found her new life very difficult
lúc đầu cô ấy thấy cuộc sống mới của mình rất khó khăn
because she had not been used to such work
vì cô ấy chưa quen với công việc như vậy

but in less than two months she grew stronger
nhưng trong vòng chưa đầy hai tháng cô ấy đã trở nên mạnh mẽ hơn
and she was healthier than ever before
và cô ấy khỏe mạnh hơn bao giờ hết
after she had done her work she read
sau khi cô ấy đã làm xong công việc của mình, cô ấy đã đọc
she played on the harpsichord
cô ấy chơi đàn harpsichord
or she sung whilst she spun silk
hoặc cô ấy hát trong khi cô ấy kéo tơ
on the contrary, her two sisters did not know how to spend their time
ngược lại, hai chị gái của cô ấy không biết cách sử dụng thời gian của họ
they got up at ten and did nothing but laze about all day
họ thức dậy lúc mười giờ và chẳng làm gì ngoài việc lười biếng cả ngày
they lamented the loss of their fine clothes
họ than thở về việc mất đi những bộ quần áo đẹp của họ
and they complained about losing their acquaintances
và họ phàn nàn về việc mất đi những người quen của họ
"Have a look at our youngest sister," they said to each other
"Hãy nhìn em gái út của chúng ta này," họ nói với nhau
"what a poor and stupid creature she is"
"cô ấy thật là một sinh vật tội nghiệp và ngu ngốc"
"it is mean to be content with so little"
"thật là tệ khi bằng lòng với quá ít"
the kind merchant was of quite a different opinion
người thương gia tốt bụng có quan điểm hoàn toàn khác
he knew very well that Beauty outshone her sisters
anh ấy biết rất rõ rằng vẻ đẹp của cô ấy lấn át chị em cô ấy
she outshone them in character as well as mind
cô ấy vượt trội hơn họ về cả tính cách lẫn trí tuệ
he admired her humility and her hard work
anh ấy ngưỡng mộ sự khiêm tốn và sự chăm chỉ của cô ấy

but most of all he admired her patience
nhưng trên hết anh ấy ngưỡng mộ sự kiên nhẫn của cô ấy
her sisters left her all the work to do
chị em của cô ấy để lại cho cô ấy tất cả công việc để làm
and they insulted her every moment
và họ đã xúc phạm cô ấy mọi lúc
The family had lived like this for about a year
Gia đình đã sống như thế này trong khoảng một năm
then the merchant got a letter from an accountant
sau đó người buôn bán nhận được một lá thư từ một kế toán
he had an investment in a ship
anh ấy đã đầu tư vào một con tàu
and the ship had safely arrived
và con tàu đã đến nơi an toàn
this news turned the heads of the two eldest daughters
này làm cho hai cô con gái lớn phải ngoái đầu lại
they immediately had hopes of returning to town
họ ngay lập tức có hy vọng trở về thị trấn
because they were quite weary of country life
bởi vì họ khá mệt mỏi với cuộc sống ở nông thôn
they went to their father as he was leaving
họ đã đến gặp cha của họ khi ông ấy đang rời đi
they begged him to buy them new clothes
họ cầu xin anh ấy mua cho họ quần áo mới
dresses, ribbons, and all sorts of little things
váy, ruy băng và đủ thứ đồ nhỏ
but Beauty asked for nothing
nhưng vẻ đẹp không đòi hỏi gì cả
because she thought the money wasn't going to be enough
vì cô ấy nghĩ số tiền đó sẽ không đủ
there wouldn't be enough to buy everything her sisters wanted
sẽ không đủ để mua mọi thứ mà chị em cô ấy muốn
"What would you like, Beauty?" asked her father
"Con muốn gì, người đẹp?" cha cô hỏi.
"thank you, father, for the goodness to think of me," she said

"Cảm ơn cha đã tốt bụng nghĩ đến con", cô nói
"father, be so kind as to bring me a rose"
"Cha ơi, xin hãy tử tế mang cho con một bông hồng"
"because no roses grow here in the garden"
"vì không có hoa hồng nào mọc ở đây trong vườn"
"and roses are a kind of rarity"
"và hoa hồng là một loại hiếm có"
Beauty didn't really care for roses
Người đẹp thực sự không quan tâm đến hoa hồng
she only asked for something not to condemn her sisters
cô ấy chỉ yêu cầu một điều là không lên án chị em mình
but her sisters thought she asked for roses for other reasons
nhưng chị em cô ấy nghĩ rằng cô ấy xin hoa hồng vì lý do khác
"she did it just to look particular"
"cô ấy làm vậy chỉ để trông đặc biệt thôi"
The kind man went on his journey
Người đàn ông tốt bụng đã tiếp tục cuộc hành trình của mình
but when he arrived they argued about the merchandise
nhưng khi anh ấy đến họ đã tranh cãi về hàng hóa
and after a lot of trouble he came back as poor as before
và sau nhiều rắc rối anh ta trở lại nghèo như trước
he was within a couple of hours of his own house
anh ấy chỉ cách nhà mình vài giờ
and he already imagined the joy of seeing his children
và anh ấy đã tưởng tượng ra niềm vui khi nhìn thấy con mình
but when going through forest he got lost
nhưng khi đi qua khu rừng anh ấy bị lạc
it rained and snowed terribly
trời mưa và tuyết rơi rất khủng khiếp
the wind was so strong it threw him off his horse
gió mạnh đến nỗi hất anh ta ngã khỏi ngựa
and night was coming quickly
và đêm đang đến nhanh chóng
he began to think that he might starve
anh ấy bắt đầu nghĩ rằng anh ấy có thể chết đói
and he thought that he might freeze to death

và anh ấy nghĩ rằng anh ấy có thể chết cóng
and he thought wolves may eat him
và anh ấy nghĩ rằng sói có thể ăn thịt anh ấy
the wolves that he heard howling all round him
những con sói mà anh nghe thấy hú khắp xung quanh anh
but all of a sudden he saw a light
nhưng đột nhiên anh ấy nhìn thấy một ánh sáng
he saw the light at a distance through the trees
anh ấy nhìn thấy ánh sáng ở xa qua những cái cây
when he got closer he saw the light was a palace
khi anh ta đến gần hơn anh ta thấy ánh sáng là một cung điện
the palace was illuminated from top to bottom
cung điện được chiếu sáng từ trên xuống dưới
the merchant thanked God for his luck
Người buôn bán cảm ơn Chúa vì sự may mắn của mình
and he hurried to the palace
và anh ta vội vã đến cung điện
but he was surprised to see no people in the palace
nhưng anh ta ngạc nhiên khi thấy không có ai trong cung điện
the court yard was completely empty
sân hoàn toàn trống rỗng
and there was no sign of life anywhere
và không có dấu hiệu của sự sống ở bất cứ đâu
his horse followed him into the palace
con ngựa của ông đi theo ông vào cung điện
and then his horse found large stable
và sau đó con ngựa của anh ta tìm thấy một chuồng ngựa lớn
the poor animal was almost famished
con vật tội nghiệp gần như chết đói
so his horse went in to find hay and oats
vì vậy con ngựa của anh ta đi vào để tìm cỏ khô và yến mạch
fortunately he found plenty to eat
may mắn thay anh ấy đã tìm thấy đủ thứ để ăn
and the merchant tied his horse up to the manger
và người thương gia buộc con ngựa của mình vào máng cỏ
walking towards the house he saw no one

đi về phía ngôi nhà anh ta không thấy ai
but in a large hall he found a good fire
nhưng trong một hội trường lớn anh ta tìm thấy một ngọn lửa tốt
and he found a table set for one
và anh ấy tìm thấy một cái bàn được sắp xếp cho một người
he was wet from the rain and snow
anh ấy bị ướt vì mưa và tuyết
so he went near the fire to dry himself
vì vậy anh ấy đã đến gần lửa để hong khô mình
"I hope the master of the house will excuse me"
"Tôi hy vọng chủ nhà sẽ tha thứ cho tôi"
"I suppose it won't take long for someone to appear"
"Tôi cho rằng sẽ không mất nhiều thời gian để có người xuất hiện"
He waited a considerable time
Anh ấy đã chờ đợi một thời gian đáng kể
he waited until it struck eleven, and still nobody came
anh ấy đợi cho đến khi đồng hồ điểm mười một giờ mà vẫn không có ai đến
at last he was so hungry that he could wait no longer
cuối cùng anh ấy đói quá nên không thể đợi được nữa
he took some chicken and ate it in two mouthfuls
anh ấy lấy một ít thịt gà và ăn hết trong hai miếng
he was trembling while eating the food
anh ấy run rẩy khi ăn thức ăn
after this he drank a few glasses of wine
sau đó anh ấy uống vài ly rượu
growing more courageous he went out of the hall
trở nên can đảm hơn, anh ta đi ra khỏi hội trường
and he crossed through several grand halls
và anh ấy đã đi qua nhiều hội trường lớn
he walked through the palace until he came into a chamber
anh ta đi qua cung điện cho đến khi anh ta vào một căn phòng
a chamber which had an exceeding good bed in it
một căn phòng có một chiếc giường cực kỳ tốt

he was very much fatigued from his ordeal
anh ấy rất mệt mỏi vì thử thách của mình
and the time was already past midnight
và lúc đó đã quá nửa đêm
so he decided it was best to shut the door
vì vậy anh ấy quyết định tốt nhất là đóng cửa lại
and he concluded he should go to bed
và anh ấy kết luận rằng anh ấy nên đi ngủ
It was ten in the morning when the merchant woke up
Lúc đó là mười giờ sáng khi người thương gia thức dậy
just as he was going to rise he saw something
ngay khi anh ấy sắp đứng dậy, anh ấy nhìn thấy một thứ gì đó
he was astonished to see a clean set of clothes
anh ấy ngạc nhiên khi nhìn thấy một bộ quần áo sạch sẽ
in the place where he had left his dirty clothes
ở nơi anh ta đã để lại quần áo bẩn của mình
"certainly this palace belongs to some kind fairy"
"chắc chắn cung điện này thuộc về một nàng tiên nào đó"
"a fairy who has seen and pitied me"
" một nàng tiên đã nhìn thấy và thương hại tôi"
he looked through a window
anh ấy nhìn qua cửa sổ
but instead of snow he saw the most delightful garden
nhưng thay vì tuyết, anh nhìn thấy khu vườn đẹp nhất
and in the garden were the most beautiful roses
và trong vườn có những bông hồng đẹp nhất
he then returned to the great hall
sau đó anh ta quay trở lại đại sảnh
the hall where he had had soup the night before
căn phòng nơi anh ấy đã ăn súp vào đêm hôm trước
and he found some chocolate on a little table
và anh ấy tìm thấy một ít sô-cô-la trên một chiếc bàn nhỏ
"Thank you, good Madam Fairy," he said aloud
"Cảm ơn bà Tiên tốt bụng," anh nói lớn.
"thank you for being so caring"
"Cảm ơn bạn đã quan tâm"

"I am extremely obliged to you for all your favours"
"Tôi vô cùng biết ơn anh vì tất cả những ân huệ của anh"
the kind man drank his chocolate
người đàn ông tốt bụng đã uống sô cô la của mình
and then he went to look for his horse
và sau đó anh ta đi tìm con ngựa của mình
but in the garden he remembered Beauty's request
nhưng trong vườn anh nhớ lại lời yêu cầu của người đẹp
and he cut off a branch of roses
và anh ấy cắt một nhánh hoa hồng
immediately he heard a great noise
Ngay lập tức anh ta nghe thấy một tiếng động lớn
and he saw a terribly frightful Beast
và anh ta nhìn thấy một con thú vô cùng đáng sợ
he was so scared that he was ready to faint
anh ấy sợ đến nỗi sắp ngất đi
"You are very ungrateful," said the Beast to him
"Ngươi thật là vô ơn," con thú nói với anh ta.
and the Beast spoke in a terrible voice
và con thú nói bằng giọng khủng khiếp
"I have saved your life by allowing you into my castle"
"Ta đã cứu mạng ngươi bằng cách cho phép ngươi vào lâu đài của ta"
"and for this you steal my roses in return?"
"và vì thế anh đánh cắp hoa hồng của tôi để đáp lại?"
"The roses which I value beyond anything"
"Những bông hồng mà tôi trân trọng hơn bất cứ thứ gì"
"but you shall die for what you've done"
"nhưng ngươi sẽ phải chết vì những gì ngươi đã làm"
"I give you but a quarter of an hour to prepare yourself"
"Tôi chỉ cho anh một phần tư giờ để chuẩn bị"
"get yourself ready for death and say your prayers"
"hãy chuẩn bị cho cái chết và cầu nguyện"
the merchant fell on his knees
người buôn bán quỳ xuống
and he lifted up both his hands

và anh ta giơ cả hai tay lên

"My lord, I beseech you to forgive me"
"Thưa ngài, tôi cầu xin ngài hãy tha thứ cho tôi"
"I had no intention of offending you"
"Tôi không có ý định xúc phạm anh"
"I gathered a rose for one of my daughters"
"Tôi hái một bông hồng tặng một trong những cô con gái của tôi"
"she asked me to bring her a rose"
"Cô ấy nhờ tôi mang cho cô ấy một bông hồng"
"I am not your lord, but I am a Beast," replied the monster
"Ta không phải là chúa tể của ngươi, nhưng ta là một con thú", quái vật trả lời.
"I don't love compliments"
"Tôi không thích lời khen"
"I like people who speak as they think"
"Tôi thích những người nói như họ nghĩ"
"do not imagine I can be moved by flattery"
"đừng tưởng tượng rằng tôi có thể bị lay động bởi lời nịnh hót"
"But you say you have got daughters"
"Nhưng bạn nói bạn có con gái"
"I will forgive you on one condition"
"Tôi sẽ tha thứ cho anh với một điều kiện"
"one of your daughters must come to my palace willingly"
"một trong những cô con gái của ngươi phải tự nguyện đến cung điện của ta"
"and she must suffer for you"
"và cô ấy phải chịu đau khổ vì anh"
"Let me have your word"
"Hãy để tôi nói lời của bạn"
"and then you can go about your business"
"và sau đó bạn có thể tiếp tục công việc của mình"
"Promise me this:"
"Hứa với tôi điều này nhé:"
"if your daughter refuses to die for you, you must return

within three months"
"Nếu con gái của ngươi từ chối chết vì ngươi, ngươi phải trở về trong vòng ba tháng"
the merchant had no intentions to sacrifice his daughters
người thương gia không có ý định hy sinh con gái của mình
but, since he was given time, he wanted to see his daughters once more
nhưng vì ông được cho thời gian nên ông muốn gặp lại các con gái mình một lần nữa
so he promised he would return
vì vậy anh ấy đã hứa sẽ quay lại
and the Beast told him he might set out when he pleased
và con thú bảo anh ta rằng anh ta có thể lên đường khi anh ta muốn
and the Beast told him one more thing
và con thú nói với anh ta thêm một điều nữa
"you shall not depart empty handed"
"bạn sẽ không ra về tay không"
"go back to the room where you lay"
"trở về căn phòng nơi bạn nằm"
"you will see a great empty treasure chest"
"bạn sẽ thấy một chiếc rương kho báu lớn trống rỗng"
"fill the treasure chest with whatever you like best"
"lấp đầy rương kho báu bằng bất cứ thứ gì bạn thích nhất"
"and I will send the treasure chest to your home"
"và tôi sẽ gửi rương kho báu đến nhà bạn"
and at the same time the Beast withdrew
và cùng lúc đó con thú rút lui
"Well," said the good man to himself
"Được rồi," người đàn ông tốt bụng tự nhủ
"if I must die, I shall at least leave something to my children"
"Nếu tôi phải chết, ít nhất tôi cũng phải để lại thứ gì đó cho con cháu tôi"
so he returned to the bedchamber
vì vậy anh ấy đã trở lại phòng ngủ

and he found a great many pieces of gold
và anh ta đã tìm thấy rất nhiều vàng
he filled the treasure chest the Beast had mentioned
anh ta đã lấp đầy rương kho báu mà con thú đã nhắc đến
and he took his horse out of the stable
và anh ta dắt ngựa ra khỏi chuồng
the joy he felt when entering the palace was now equal to the grief he felt leaving it
niềm vui mà anh cảm thấy khi bước vào cung điện giờ đây ngang bằng với nỗi buồn khi anh rời khỏi nó
the horse took one of the roads of the forest
con ngựa đã đi vào một trong những con đường của khu rừng
and in a few hours the good man was home
và trong vài giờ người đàn ông tốt bụng đã về nhà
his children came to him
con cái của ông đã đến với ông
but instead of receiving their embraces with pleasure, he looked at them
nhưng thay vì đón nhận cái ôm của họ một cách vui vẻ, anh nhìn họ
he held up the branch he had in his hands
anh ấy giơ cành cây anh ấy đang cầm trên tay
and then he burst into tears
và rồi anh ấy bật khóc
"Beauty," he said, "please take these roses"
"Người đẹp ơi", anh nói, "hãy nhận lấy những bông hồng này"
"you can't know how costly these roses have been"
"bạn không thể biết những bông hồng này đắt giá thế nào"
"these roses have cost your father his life"
"Những bông hồng này đã cướp đi mạng sống của cha bạn"
and then he told of his fatal adventure
và sau đó anh ấy kể về cuộc phiêu lưu định mệnh của mình
immediately the two eldest sisters cried out
ngay lập tức hai chị gái lớn nhất kêu lên
and they said many mean things to their beautiful sister
và họ đã nói nhiều điều tệ hại với người chị xinh đẹp của họ

but Beauty did not cry at all
nhưng người đẹp không hề khóc
"Look at the pride of that little wretch," said they
"Hãy nhìn vào sự kiêu hãnh của thằng khốn nạn đó," họ nói
"she did not ask for fine clothes"
"cô ấy không yêu cầu quần áo đẹp"
"she should have done what we did"
"cô ấy nên làm những gì chúng ta đã làm"
"she wanted to distinguish herself"
"cô ấy muốn phân biệt mình"
"so now she will be the death of our father"
"vậy thì bây giờ cô ấy sẽ là cái chết của cha chúng ta"
"and yet she does not shed a tear"
"và cô ấy vẫn không rơi một giọt nước mắt"
"Why should I cry?" answered Beauty
"Tại sao tôi phải khóc?" người đẹp trả lời
"crying would be very needless"
"khóc sẽ rất vô ích"
"my father will not suffer for me"
"Cha tôi sẽ không chịu đau khổ vì tôi"
"the monster will accept of one of his daughters"
"con quái vật sẽ chấp nhận một trong những cô con gái của mình"
"I will offer myself up to all his fury"
"Tôi sẽ dâng hiến bản thân mình cho cơn thịnh nộ của ngài"
"I am very happy, because my death will save my father's life"
"Tôi rất vui vì cái chết của tôi sẽ cứu được mạng sống của cha tôi"
"my death will be a proof of my love"
"cái chết của tôi sẽ là bằng chứng cho tình yêu của tôi"
"No, sister," said her three brothers
"Không, chị ạ," ba anh trai của cô nói.
"that shall not be"
"điều đó sẽ không xảy ra"
"we will go find the monster"

"chúng ta sẽ đi tìm con quái vật"
"and either we will kill him..."
"và hoặc là chúng ta sẽ giết anh ta..."
"... or we will perish in the attempt"
"... hoặc chúng ta sẽ chết trong nỗ lực này"
"Do not imagine any such thing, my sons," said the merchant
"Các con đừng tưởng tượng ra điều gì như thế," người thương gia nói.
"the Beast's power is so great that I have no hope you could overcome him"
"Sức mạnh của con quái thú quá lớn đến nỗi tôi không hy vọng anh có thể chiến thắng nó"
"I am charmed with Beauty's kind and generous offer"
"Tôi bị quyến rũ bởi sự tốt bụng và hào phóng của vẻ đẹp"
"but I cannot accept to her generosity"
"nhưng tôi không thể chấp nhận lòng hào phóng của cô ấy"
"I am old, and I don't have long to live"
"Tôi già rồi, không còn sống được bao lâu nữa"
"so I can only loose a few years"
"vậy nên tôi chỉ có thể mất vài năm"
"time which I regret for you, my dear children"
"thời gian mà tôi hối tiếc vì các con, những đứa con yêu dấu của tôi"
"But father," said Beauty
"Nhưng cha ơi," người đẹp nói
"you shall not go to the palace without me"
"Ngươi không được vào cung điện nếu không có ta"
"you cannot stop me from following you"
"bạn không thể ngăn cản tôi theo đuổi bạn"
nothing could convince Beauty otherwise
không có gì có thể thuyết phục được vẻ đẹp nếu không
she insisted on going to the fine palace
cô ấy nhất quyết muốn đến cung điện đẹp đẽ
and her sisters were delighted at her insistence
và các chị em của cô ấy rất vui mừng trước sự khăng khăng của cô ấy

The merchant was worried at the thought of losing his daughter
Người thương gia lo lắng khi nghĩ đến việc mất đi con gái mình
he was so worried that he had forgotten about the chest full of gold
anh ta quá lo lắng đến nỗi quên mất chiếc rương đầy vàng
at night he retired to rest, and he shut his chamber door
vào ban đêm, ông nghỉ ngơi và đóng cửa phòng mình lại
then, to his great astonishment, he found the treasure by his bedside
sau đó, anh vô cùng ngạc nhiên khi thấy kho báu ở ngay cạnh giường mình
he was determined not to tell his children
anh ấy quyết tâm không nói với con mình
if they knew, they would have wanted to return to town
nếu họ biết, họ sẽ muốn quay trở lại thị trấn
and he was resolved not to leave the countryside
và anh ấy đã quyết định không rời khỏi vùng nông thôn
but he trusted Beauty with the secret
nhưng anh ấy tin tưởng vẻ đẹp với bí mật
she informed him that two gentlemen had came
cô ấy thông báo với anh ấy rằng có hai quý ông đã đến
and they made proposals to her sisters
và họ đã đưa ra đề xuất với các chị em của cô ấy
she begged her father to consent to their marriage
cô ấy đã cầu xin cha cô ấy đồng ý cho họ kết hôn
and she asked him to give them some of his fortune
và cô ấy yêu cầu anh ấy cho họ một ít tài sản của anh ấy
she had already forgiven them
cô ấy đã tha thứ cho họ rồi
the wicked creatures rubbed their eyes with onions
những sinh vật độc ác đã dụi mắt bằng hành tây
to force some tears when they parted with their sister
để buộc phải rơi nước mắt khi họ chia tay với chị gái của họ
but her brothers really were concerned

nhưng anh em cô ấy thực sự lo lắng
Beauty was the only one who did not shed any tears
Người đẹp là người duy nhất không rơi nước mắt
she did not want to increase their uneasiness
cô ấy không muốn làm tăng thêm sự lo lắng của họ
the horse took the direct road to the palace
con ngựa đi thẳng đến cung điện
and towards evening they saw the illuminated palace
và về chiều họ thấy cung điện được thắp sáng
the horse took himself into the stable again
con ngựa lại tự đưa mình vào chuồng
and the good man and his daughter went into the great hall
và người đàn ông tốt bụng cùng con gái của ông đã đi vào đại sảnh
here they found a table splendidly served up
ở đây họ tìm thấy một cái bàn được phục vụ tuyệt vời
the merchant had no appetite to eat
người buôn bán không có cảm giác thèm ăn
but Beauty endeavoured to appear cheerful
nhưng vẻ đẹp cố gắng tỏ ra vui vẻ
she sat down at the table and helped her father
cô ấy ngồi xuống bàn và giúp cha cô ấy
but she also thought to herself:
nhưng cô cũng tự nghĩ:
"Beast surely wants to fatten me before he eats me"
"Con thú chắc chắn muốn vỗ béo tôi trước khi ăn thịt tôi"
"that is why he provides such plentiful entertainment"
"đó là lý do tại sao anh ấy cung cấp nhiều sự giải trí như vậy"
after they had eaten they heard a great noise
sau khi họ ăn xong họ nghe thấy một tiếng động lớn
and the merchant bid his unfortunate child farewell, with tears in his eyes
và người thương gia tạm biệt đứa con bất hạnh của mình với đôi mắt đẫm lệ
because he knew the Beast was coming
bởi vì anh ta biết con thú đang đến

Beauty was terrified at his horrid form
người đẹp kinh hãi trước hình dạng kinh hoàng của anh ta
but she took courage as well as she could
nhưng cô ấy đã lấy hết can đảm hết sức có thể
and the monster asked her if she came willingly
và con quái vật hỏi cô ấy có tự nguyện đến không
"yes, I have come willingly," she said trembling
"Vâng, tôi đã tự nguyện đến đây," cô ấy nói trong sự run rẩy.
the Beast responded, "You are very good"
con thú đáp lại, "Ngươi rất tốt"
"and I am greatly obliged to you; honest man"
"và tôi rất biết ơn anh; người đàn ông trung thực"
"go your ways tomorrow morning"
"Sáng mai hãy đi đường của anh"
"but never think of coming here again"
"nhưng đừng bao giờ nghĩ đến việc quay lại đây nữa"
"Farewell Beauty, farewell Beast," he answered
"Tạm biệt người đẹp, tạm biệt thú dữ," anh trả lời
and immediately the monster withdrew
và ngay lập tức con quái vật rút lui
"Oh, daughter," said the merchant
"Ồ, con gái," người thương gia nói.
and he embraced his daughter once more
và anh ấy ôm con gái mình một lần nữa
"I am almost frightened to death"
"Tôi gần như sợ chết khiếp"
"believe me, you had better go back"
"tin tôi đi, tốt hơn là anh nên quay lại"
"let me stay here, instead of you"
"hãy để tôi ở lại đây, thay vì anh"
"No, father," said Beauty, in a resolute tone
"Không, cha ơi," người đẹp nói với giọng kiên quyết
"you shall set out tomorrow morning"
"bạn sẽ lên đường vào sáng mai"
"leave me to the care and protection of providence"
"hãy để tôi cho sự chăm sóc và bảo vệ của Chúa"

nonetheless they went to bed
tuy nhiên họ đã đi ngủ
they thought they would not close their eyes all night
họ nghĩ rằng họ sẽ không nhắm mắt suốt đêm
but just as they lay down they slept
nhưng ngay khi họ nằm xuống họ đã ngủ
Beauty dreamed a fine lady came and said to her:
Người đẹp mơ thấy một người phụ nữ xinh đẹp đến và nói với nàng:
"I am content, Beauty, with your good will"
"Tôi hài lòng, người đẹp, với thiện chí của bạn"
"this good action of yours shall not go unrewarded"
"Hành động tốt này của bạn sẽ không phải là không được đền đáp"
Beauty waked and told her father her dream
Người đẹp thức dậy và kể cho cha nghe giấc mơ của mình
the dream helped to comfort him a little
giấc mơ giúp anh ấy an ủi được một chút
but he could not help crying bitterly as he was leaving
nhưng anh ấy không thể không khóc thảm thiết khi anh ấy rời đi
as soon as he was gone, Beauty sat down in the great hall and cried too
Ngay khi anh ta đi rồi, người đẹp ngồi xuống trong đại sảnh và khóc quá
but she resolved not to be uneasy
nhưng cô ấy quyết định không lo lắng
she decided to be strong for the little time she had left to live
cô ấy quyết định phải mạnh mẽ trong khoảng thời gian ít ỏi còn lại để sống
because she firmly believed the Beast would eat her
bởi vì cô ấy tin chắc rằng con thú sẽ ăn thịt cô ấy
however, she thought she might as well explore the palace
tuy nhiên, cô ấy nghĩ cô ấy cũng có thể khám phá cung điện
and she wanted to view the fine castle
và cô ấy muốn ngắm nhìn lâu đài đẹp đẽ

a castle which she could not help admiring
một lâu đài mà cô không thể không ngưỡng mộ
it was a delightfully pleasant palace
đó là một cung điện dễ chịu thú vị
and she was extremely surprised at seeing a door
và cô ấy vô cùng ngạc nhiên khi nhìn thấy một cánh cửa
and over the door was written that it was her room
và trên cửa có ghi rằng đó là phòng của cô ấy
she opened the door hastily
cô ấy vội vàng mở cửa
and she was quite dazzled with the magnificence of the room
và cô ấy thực sự choáng ngợp trước sự tráng lệ của căn phòng
what chiefly took up her attention was a large library
điều chủ yếu thu hút sự chú ý của cô ấy là một thư viện lớn
a harpsichord and several music books
một cây đàn harpsichord và một số sách nhạc
"Well," said she to herself
"Được rồi," cô ấy tự nhủ
"I see the Beast will not let my time hang heavy"
"Tôi thấy con thú sẽ không để thời gian của tôi trôi qua một cách nặng nề"
then she reflected to herself about her situation
sau đó cô ấy tự suy ngẫm về hoàn cảnh của mình
"If I was meant to stay a day all this would not be here"
"Nếu tôi chỉ ở lại một ngày thì tất cả những điều này đã không xảy ra ở đây"
this consideration inspired her with fresh courage
sự cân nhắc này đã truyền cảm hứng cho cô ấy với lòng can đảm mới
and she took a book from her new library
và cô ấy đã lấy một cuốn sách từ thư viện mới của cô ấy
and she read these words in golden letters:
và cô ấy đọc những từ này bằng chữ vàng:
"Welcome Beauty, banish fear"
"Chào đón vẻ đẹp, xua tan nỗi sợ hãi"

"You are queen and mistress here"
"Bạn là nữ hoàng và bà chủ ở đây"
"Speak your wishes, speak your will"
"Hãy nói lên mong muốn của bạn, hãy nói lên ý chí của bạn"
"Swift obedience meets your wishes here"
"Sự tuân thủ nhanh chóng đáp ứng mong muốn của bạn ở đây"
"Alas," said she, with a sigh
"Than ôi," cô ấy nói, với một tiếng thở dài
"Most of all I wish to see my poor father"
"Điều tôi mong muốn nhất là được nhìn thấy người cha tội nghiệp của mình"
"and I would like to know what he is doing"
"và tôi muốn biết anh ấy đang làm gì"
As soon as she had said this she noticed the mirror
Ngay khi cô ấy nói điều này, cô ấy nhận thấy tấm gương
to her great amazement she saw her own home in the mirror
cô vô cùng ngạc nhiên khi thấy ngôi nhà của mình trong gương
her father arrived emotionally exhausted
cha cô ấy đã đến trong tình trạng kiệt sức về mặt cảm xúc
her sisters went to meet him
chị em cô ấy đã đến gặp anh ấy
despite their attempts to appear sorrowful, their joy was visible
mặc dù họ cố tỏ ra buồn bã, nhưng niềm vui của họ vẫn hiện rõ
a moment later everything disappeared
một lát sau mọi thứ biến mất
and Beauty's apprehensions disappeared too
và nỗi lo sợ về cái đẹp cũng biến mất
for she knew she could trust the Beast
vì cô ấy biết cô ấy có thể tin tưởng con thú
At noon she found dinner ready
Đến trưa cô thấy bữa tối đã sẵn sàng
she sat herself down at the table

cô ấy ngồi xuống bàn
and she was entertained with a concert of music
và cô ấy đã được giải trí với một buổi hòa nhạc
although she couldn't see anybody
mặc dù cô ấy không thể nhìn thấy bất cứ ai
at night she sat down for supper again
vào ban đêm cô ấy lại ngồi xuống ăn tối
this time she heard the noise the Beast made
lần này cô ấy nghe thấy tiếng động mà con thú tạo ra
and she could not help being terrified
và cô ấy không thể không sợ hãi
"Beauty," said the monster
"Vẻ đẹp," con quái vật nói
"do you allow me to eat with you?"
"Anh có cho phép em ăn cùng anh không?"
"do as you please," Beauty answered trembling
"Làm theo ý mình đi," người đẹp trả lời trong sự run rẩy
"No," replied the Beast
"Không," con thú trả lời.
"you alone are mistress here"
"Chỉ có mình cô là chủ nhân ở đây"
"you can send me away if I'm troublesome"
"bạn có thể đuổi tôi đi nếu tôi gây phiền phức"
"send me away and I will immediately withdraw"
"Hãy đuổi tôi đi và tôi sẽ rút lui ngay lập tức"
"But, tell me; do you not think I am very ugly?"
"Nhưng hãy nói cho tôi biết; anh không thấy tôi xấu xí lắm sao?"
"That is true," said Beauty
"Đúng vậy," người đẹp nói
"I cannot tell a lie"
"Tôi không thể nói dối"
"but I believe you are very good natured"
"nhưng tôi tin rằng bạn là người rất tốt bụng"
"I am indeed," said the monster
"Tôi thực sự là vậy," con quái vật nói.

"But apart from my ugliness, I also have no sense"
"Nhưng ngoài sự xấu xí của tôi ra, tôi cũng chẳng có ý thức gì cả"
"I know very well that I am a silly creature"
"Tôi biết rõ rằng tôi là một sinh vật ngốc nghếch"
"It is no sign of folly to think so," replied Beauty
"Không phải là dấu hiệu của sự ngu ngốc khi nghĩ như vậy", người đẹp trả lời.
"Eat then, Beauty," said the monster
"Ăn đi, người đẹp," quái vật nói.
"try to amuse yourself in your palace"
"hãy cố gắng tự giải trí trong cung điện của mình"
"everything here is yours"
"mọi thứ ở đây đều là của bạn"
"and I would be very uneasy if you were not happy"
"và tôi sẽ rất lo lắng nếu bạn không vui"
"You are very obliging," answered Beauty
"Bạn rất tử tế," người đẹp trả lời.
"I admit I am pleased with your kindness"
"Tôi thừa nhận là tôi hài lòng với lòng tốt của anh"
"and when I consider your kindness, I hardly notice your deformities"
"và khi tôi xem xét lòng tốt của bạn, tôi hầu như không nhận thấy sự dị dạng của bạn"
"Yes, yes," said the Beast, "my heart is good
"Vâng, vâng," con thú nói, "trái tim tôi tốt bụng
"but although I am good, I am still a monster"
"nhưng mặc dù tôi tốt, tôi vẫn là một con quái vật"
"There are many men that deserve that name more than you"
"Có nhiều người đàn ông xứng đáng với cái tên đó hơn anh"
"and I prefer you just as you are"
"và tôi thích bạn như bạn hiện tại"
"and I prefer you more than those who hide an ungrateful heart"
"và tôi thích bạn hơn những kẻ che giấu một trái tim vô ơn"
"if only I had some sense," replied the Beast

"Giá như tôi có chút hiểu biết," con thú trả lời
"if I had sense I would make a fine compliment to thank you"
"Nếu tôi có lý trí thì tôi sẽ khen ngợi bạn một cách tử tế để cảm ơn bạn"
"but I am so dull"
"nhưng tôi buồn tẻ quá"
"I can only say I am greatly obliged to you"
"Tôi chỉ có thể nói rằng tôi rất biết ơn bạn"
Beauty ate a hearty supper
người đẹp đã ăn một bữa tối thịnh soạn
and she had almost conquered her dread of the monster
và cô ấy đã gần như chế ngự được nỗi sợ hãi của mình về con quái vật
but she wanted to faint when the Beast asked her the next question
nhưng cô ấy muốn ngất đi khi con thú hỏi cô ấy câu hỏi tiếp theo
"Beauty, will you be my wife?"
"Người đẹp ơi, em có đồng ý làm vợ anh không?"
she took some time before she could answer
cô ấy mất một lúc mới có thể trả lời
because she was afraid of making him angry
vì cô ấy sợ làm anh ấy tức giận
at last, however, she said "no, Beast"
cuối cùng, tuy nhiên, cô ấy đã nói "không, đồ thú vật"
immediately the poor monster hissed very frightfully
ngay lập tức con quái vật tội nghiệp rít lên rất đáng sợ
and the whole palace echoed
và toàn bộ cung điện vang vọng
but Beauty soon recovered from her fright
nhưng người đẹp đã sớm hồi phục sau nỗi sợ hãi
because Beast spoke again in a mournful voice
vì con thú lại nói bằng giọng buồn thảm
"then farewell, Beauty"
"vậy thì tạm biệt nhé, người đẹp"

and he only turned back now and then
và anh ấy chỉ thỉnh thoảng quay lại
to look at her as he went out
nhìn cô ấy khi anh ấy đi ra ngoài
now Beauty was alone again
bây giờ vẻ đẹp lại một mình
she felt a great deal of compassion
cô ấy cảm thấy rất thương cảm
"Alas, it is a thousand pities"
"Than ôi, thật là đáng tiếc"
"anything so good natured should not be so ugly"
"bất cứ điều gì tốt đẹp như vậy thì không nên xấu xí như vậy"
Beauty spent three months very contentedly in the palace
Người đẹp đã dành ba tháng rất mãn nguyện trong cung điện
every evening the Beast paid her a visit
Mỗi buổi tối con thú đều đến thăm cô
and they talked during supper
và họ nói chuyện trong bữa tối
they talked with common sense
họ nói chuyện với sự hiểu biết thông thường
but they didn't talk with what people call wittiness
nhưng họ không nói chuyện với những gì mọi người gọi là sự dí dỏm
Beauty always discovered some valuable character in the Beast
cái đẹp luôn khám phá ra một số tính cách có giá trị ở con thú
and she had gotten used to his deformity
và cô ấy đã quen với sự dị dạng của anh ấy
she didn't dread the time of his visit anymore
cô ấy không còn sợ hãi thời gian anh ấy đến thăm nữa
now she often looked at her watch
bây giờ cô ấy thường nhìn đồng hồ của mình
and she couldn't wait for it to be nine o'clock
và cô ấy không thể chờ đến chín giờ
because the Beast never missed coming at that hour
bởi vì con thú không bao giờ bỏ lỡ việc đến vào giờ đó

there was only one thing that concerned Beauty
chỉ có một điều liên quan đến cái đẹp
every night before she went to bed the Beast asked her the same question
Mỗi đêm trước khi cô ấy đi ngủ, con thú đều hỏi cô ấy cùng một câu hỏi
the monster asked her if she would be his wife
con quái vật hỏi cô ấy liệu cô ấy có muốn làm vợ anh ta không
one day she said to him, "Beast, you make me very uneasy"
một ngày nọ cô ấy nói với anh ta, "con thú, anh làm tôi rất khó chịu"
"I wish I could consent to marry you"
"Ước gì tôi có thể đồng ý cưới em"
"but I am too sincere to make you believe I would marry you"
"nhưng anh quá chân thành để khiến em tin rằng anh sẽ cưới em"
"our marriage will never happen"
"cuộc hôn nhân của chúng ta sẽ không bao giờ xảy ra"
"I shall always see you as a friend"
"Tôi sẽ luôn coi bạn là bạn"
"please try to be satisfied with this"
"hãy cố gắng hài lòng với điều này"
"I must be satisfied with this," said the Beast
"Ta phải hài lòng với điều này," con thú nói.
"I know my own misfortune"
"Tôi biết sự bất hạnh của mình"
"but I love you with the tenderest affection"
"nhưng anh yêu em bằng tình cảm dịu dàng nhất "
"However, I ought to consider myself as happy"
"Tuy nhiên, tôi nên coi mình là hạnh phúc"
"and I should be happy that you will stay here"
"và tôi sẽ rất vui khi bạn ở lại đây"
"promise me never to leave me"
"hứa với em là đừng bao giờ rời xa em"
Beauty blushed at these words

người đẹp đỏ mặt vì những lời này
one day Beauty was looking in her mirror
một ngày nọ người đẹp đang nhìn vào gương
her father had worried himself sick for her
cha cô đã lo lắng đến phát ốm vì cô
she longed to see him again more than ever
cô ấy mong muốn được gặp lại anh ấy hơn bao giờ hết
"I could promise never to leave you entirely"
"Anh có thể hứa sẽ không bao giờ rời xa em hoàn toàn"
"but I have so great a desire to see my father"
"nhưng tôi rất mong muốn được gặp cha tôi"
"I would be impossibly upset if you say no"
"Tôi sẽ vô cùng tức giận nếu anh nói không"
"I had rather die myself," said the monster
"Tôi thà chết còn hơn," con quái vật nói.
"I would rather die than make you feel uneasiness"
"Tôi thà chết còn hơn khiến anh cảm thấy bất an"
"I will send you to your father"
"Ta sẽ gửi ngươi đến gặp cha ngươi"
"you shall remain with him"
"bạn sẽ ở lại với anh ấy"
"and this unfortunate Beast will die with grief instead"
"và con thú bất hạnh này sẽ chết trong đau buồn thay"
"No," said Beauty, weeping
"Không," người đẹp nói, vừa khóc vừa nói
"I love you too much to be the cause of your death"
"Anh yêu em quá nhiều để có thể là nguyên nhân gây ra cái chết của em"
"I give you my promise to return in a week"
"Tôi hứa sẽ quay lại sau một tuần"
"You have shown me that my sisters are married"
"Bạn đã cho tôi thấy rằng các chị em của tôi đã kết hôn"
"and my brothers have gone to the army"
"và anh em tôi đã đi lính"
"let me stay a week with my father, as he is alone"
"cho tôi ở lại với bố một tuần, vì bố ở một mình"

"You shall be there tomorrow morning," said the Beast
"Sáng mai ngươi sẽ ở đó," con thú nói.
"but remember your promise"
"nhưng hãy nhớ lời hứa của bạn"
"You need only lay your ring on a table before you go to bed"
"Bạn chỉ cần đặt chiếc nhẫn lên bàn trước khi đi ngủ"
"and then you will be brought back before the morning"
"và sau đó bạn sẽ được đưa trở lại trước khi trời sáng"
"Farewell dear Beauty," sighed the Beast
"Tạm biệt người đẹp thân yêu," con thú thở dài
Beauty went to bed very sad that night
Người đẹp đã đi ngủ rất buồn vào đêm đó
because she didn't want to see Beast so worried
vì cô ấy không muốn nhìn thấy con thú lo lắng như vậy
the next morning she found herself at her father's home
sáng hôm sau cô thấy mình đang ở nhà cha cô
she rung a little bell by her bedside
cô ấy rung một chiếc chuông nhỏ bên giường
and the maid gave a loud shriek
và người hầu gái hét lên một tiếng lớn
and her father ran upstairs
và cha cô chạy lên lầu
he thought he was going to die with joy
anh ấy nghĩ rằng anh ấy sẽ chết vì vui sướng
he held her in his arms for quarter of an hour
anh ấy ôm cô ấy trong vòng tay trong một phần tư giờ
eventually the first greetings were over
cuối cùng lời chào đầu tiên đã kết thúc
Beauty began to think of getting out of bed
người đẹp bắt đầu nghĩ đến việc ra khỏi giường
but she realized she had brought no clothes
nhưng cô nhận ra cô không mang theo quần áo
but the maid told her she had found a box
nhưng người hầu gái nói với cô ấy rằng cô ấy đã tìm thấy một chiếc hộp

the large trunk was full of gowns and dresses
cái rương lớn chứa đầy váy áo và áo dài
each gown was covered with gold and diamonds
mỗi chiếc váy đều được phủ vàng và kim cương
Beauty thanked Beast for his kind care
người đẹp cảm ơn con thú vì sự chăm sóc ân cần của nó
and she took one of the plainest of the dresses
và cô ấy đã lấy một trong những chiếc váy đơn giản nhất
she intended to give the other dresses to her sisters
cô ấy định tặng những chiếc váy khác cho chị em mình
but at that thought the chest of clothes disappeared
nhưng khi nghĩ đến điều đó thì cái rương đựng quần áo đã biến mất
Beast had insisted the clothes were for her only
con thú đã khăng khăng rằng quần áo chỉ dành cho cô ấy
her father told her that this was the case
cha cô ấy đã nói với cô ấy rằng đây là trường hợp
and immediately the trunk of clothes came back again
và ngay lập tức rương quần áo lại trở về
Beauty dressed herself with her new clothes
người đẹp đã mặc cho mình những bộ quần áo mới
and in the meantime maids went to find her sisters
và trong khi đó những người hầu gái đã đi tìm chị gái của cô ấy
both her sister were with their husbands
cả hai chị gái của cô ấy đều ở với chồng của họ
but both her sisters were very unhappy
nhưng cả hai chị gái của cô đều rất không vui
her eldest sister had married a very handsome gentleman
chị cả của cô ấy đã kết hôn với một người đàn ông rất đẹp trai
but he was so fond of himself that he neglected his wife
nhưng anh ta quá yêu bản thân mình đến nỗi bỏ bê vợ mình
her second sister had married a witty man
chị gái thứ hai của cô đã kết hôn với một người đàn ông dí dỏm
but he used his wittiness to torment people

nhưng anh ta đã dùng sự hóm hỉnh của mình để hành hạ mọi người
and he tormented his wife most of all
và anh ta hành hạ vợ mình nhất
Beauty's sisters saw her dressed like a princess
chị em của người đẹp thấy cô ấy ăn mặc như một công chúa
and they were sickened with envy
và họ phát ốm vì ghen tị
now she was more beautiful than ever
bây giờ cô ấy đẹp hơn bao giờ hết
her affectionate behaviour could not stifle their jealousy
hành vi trìu mến của cô ấy không thể ngăn chặn sự ghen tuông của họ
she told them how happy she was with the Beast
cô ấy nói với họ rằng cô ấy hạnh phúc thế nào khi có con thú đó
and their jealousy was ready to burst
và sự ghen tị của họ đã sẵn sàng bùng nổ
They went down into the garden to cry about their misfortune
Họ đi xuống vườn để khóc về sự bất hạnh của họ
"In what way is this little creature better than us?"
"Sinh vật nhỏ bé này tốt hơn chúng ta ở điểm nào?"
"Why should she be so much happier?"
"Tại sao cô ấy lại có thể hạnh phúc hơn thế?"
"Sister," said the older sister
"Chị ơi," người chị lớn nói.
"a thought just struck my mind"
"một ý nghĩ vừa lóe lên trong đầu tôi"
"let us try to keep her here for more than a week"
"chúng ta hãy cố gắng giữ cô ấy ở đây hơn một tuần"
"perhaps this will enrage the silly monster"
"có lẽ điều này sẽ làm con quái vật ngốc nghếch kia nổi giận"
"because she would have broken her word"
"vì cô ấy sẽ phá vỡ lời hứa của mình"
"and then he might devour her"

"và sau đó anh ta có thể nuốt chửng cô ấy"
"that's a great idea," answered the other sister
"Đó là một ý tưởng tuyệt vời", người chị kia trả lời
"we must show her as much kindness as possible"
"chúng ta phải thể hiện lòng tốt với cô ấy nhiều nhất có thể"
the sisters made this their resolution
các chị em đã đưa ra quyết định này
and they behaved very affectionately to their sister
và họ cư xử rất trìu mến với chị gái của họ
poor Beauty wept for joy from all their kindness
người đẹp tội nghiệp khóc vì vui mừng trước lòng tốt của họ
when the week was expired, they cried and tore their hair
khi tuần lễ kết thúc, họ khóc và giật tóc
they seemed so sorry to part with her
họ có vẻ rất tiếc khi phải chia tay cô ấy
and Beauty promised to stay a week longer
và vẻ đẹp hứa hẹn sẽ ở lại thêm một tuần nữa
In the meantime, Beauty could not help reflecting on herself
Trong khi đó, người đẹp không thể không suy ngẫm về chính mình
she worried what she was doing to poor Beast
cô ấy lo lắng không biết cô ấy đang làm gì với con vật tội nghiệp
she know that she sincerely loved him
cô ấy biết rằng cô ấy thực sự yêu anh ấy
and she really longed to see him again
và cô ấy thực sự mong muốn được gặp lại anh ấy
the tenth night she spent at her father's too
đêm thứ mười cô ấy cũng ở nhà cha cô ấy
she dreamed she was in the palace garden
cô ấy mơ thấy mình đang ở trong khu vườn cung điện
and she dreamt she saw the Beast extended on the grass
và cô ấy mơ thấy con thú nằm dài trên cỏ
he seemed to reproach her in a dying voice
anh ta dường như trách móc cô bằng giọng nói hấp hối
and he accused her of ingratitude

và anh ta cáo buộc cô ấy là vô ơn
Beauty woke up from her sleep
người đẹp thức dậy sau giấc ngủ
and she burst into tears
và cô ấy bật khóc
"Am I not very wicked?"
"Tôi không phải là người rất độc ác sao?"
"Was it not cruel of me to act so unkindly to the Beast?"
"Chẳng phải tôi rất tàn nhẫn khi đối xử tàn nhẫn với con thú đó sao?"
"Beast did everything to please me"
"con thú đã làm mọi thứ để làm hài lòng tôi"
"Is it his fault that he is so ugly?"
"Có phải lỗi của anh ta là anh ta xấu xí như vậy không?"
"Is it his fault that he has so little wit?"
"Có phải lỗi của anh ta là anh ta quá kém thông minh không?"
"He is kind and good, and that is sufficient"
"Anh ấy tốt bụng và tử tế, thế là đủ"
"Why did I refuse to marry him?"
"Tại sao tôi lại từ chối kết hôn với anh ấy?"
"I should be happy with the monster"
"Tôi nên vui mừng với con quái vật"
"look at the husbands of my sisters"
"hãy nhìn chồng của các chị em tôi"
"neither wittiness, nor a being handsome makes them good"
"cả sự hóm hỉnh hay vẻ ngoài đẹp trai đều không làm cho họ trở nên tốt"
"neither of their husbands makes them happy"
"không ai trong số những người chồng của họ làm cho họ hạnh phúc"
"but virtue, sweetness of temper, and patience"
"nhưng đức hạnh, tính tình ngọt ngào và sự kiên nhẫn"
"these things make a woman happy"
"những điều này làm cho phụ nữ hạnh phúc"
"and the Beast has all these valuable qualities"
"và con thú có tất cả những phẩm chất đáng quý này"

"it is true; I do not feel the tenderness of affection for him"
"Đúng vậy; tôi không cảm thấy tình cảm dịu dàng dành cho anh ấy"
"but I find I have the highest gratitude for him"
"nhưng tôi thấy tôi vô cùng biết ơn anh ấy"
"and I have the highest esteem of him"
"và tôi vô cùng kính trọng anh ấy"
"and he is my best friend"
"và anh ấy là bạn thân nhất của tôi"
"I will not make him miserable"
"Tôi sẽ không làm anh ấy đau khổ"
"If were I to be so ungrateful I would never forgive myself"
"Nếu tôi vô ơn đến thế thì tôi sẽ không bao giờ tha thứ cho chính mình"
Beauty put her ring on the table
người đẹp đặt chiếc nhẫn của mình lên bàn
and she went to bed again
và cô ấy lại đi ngủ
scarce was she in bed before she fell asleep
cô ấy hiếm khi ở trên giường trước khi cô ấy ngủ thiếp đi
she woke up again the next morning
cô ấy lại thức dậy vào sáng hôm sau
and she was overjoyed to find herself in the Beast's palace
và cô ấy vô cùng vui mừng khi thấy mình đang ở trong cung điện của quái thú
she put on one of her nicest dress to please him
cô ấy mặc một trong những chiếc váy đẹp nhất của mình để làm anh ấy hài lòng
and she patiently waited for evening
và cô ấy kiên nhẫn chờ đợi buổi tối
at last the wished-for hour came
cuối cùng giờ phút mong đợi đã đến
the clock struck nine, yet no Beast appeared
đồng hồ đã điểm chín giờ nhưng vẫn chưa có con thú nào xuất hiện
Beauty then feared she had been the cause of his death

Người đẹp sau đó lo sợ rằng cô chính là nguyên nhân gây ra cái chết của anh ta
she ran crying all around the palace
cô ấy vừa chạy vừa khóc khắp cung điện
after having sought for him everywhere, she remembered her dream
sau khi đã tìm kiếm anh khắp nơi, cô nhớ lại giấc mơ của mình
and she ran to the canal in the garden
và cô ấy chạy đến kênh đào trong vườn
there she found poor Beast stretched out
ở đó cô ấy thấy con vật tội nghiệp đang nằm dài
and she was sure she had killed him
và cô ấy chắc chắn rằng cô ấy đã giết anh ta
she threw herself upon him without any dread
cô ấy lao vào anh ta mà không hề sợ hãi
his heart was still beating
trái tim anh ấy vẫn còn đập
she fetched some water from the canal
cô ấy lấy một ít nước từ kênh đào
and she poured the water on his head
và cô ấy đổ nước lên đầu anh ấy
the Beast opened his eyes and spoke to Beauty
con thú mở mắt và nói chuyện với người đẹp
"You forgot your promise"
"Anh quên lời hứa rồi"
"I was so heartbroken to have lost you"
"Anh đã rất đau khổ khi mất em"
"I resolved to starve myself"
"Tôi quyết định nhịn đói"
"but I have the happiness of seeing you once more"
"nhưng tôi rất vui khi được gặp lại em"
"so I have the pleasure of dying satisfied"
"vì vậy tôi có niềm vui được chết một cách mãn nguyện"
"No, dear Beast," said Beauty, "you must not die"
"Không, con thú thân yêu," người đẹp nói, "ngươi không được

chết"
"Live to be my husband"
"Sống để làm chồng của tôi"
"from this moment I give you my hand"
"từ lúc này anh trao em bàn tay anh"
"and I swear to be none but yours"
"và tôi thề sẽ không là ai khác ngoài em"
"Alas! I thought I had only a friendship for you"
"Than ôi! Tôi nghĩ tôi chỉ có tình bạn với anh thôi"
"but the grief I now feel convinces me;"
"nhưng nỗi đau buồn mà tôi đang cảm thấy đã thuyết phục tôi;"
"I cannot live without you"
"Anh không thể sống thiếu em"
Beauty scarce had said these words when she saw a light
Người đẹp hiếm hoi đã nói những lời này khi cô ấy nhìn thấy một ánh sáng
the palace sparkled with light
cung điện lấp lánh ánh sáng
fireworks lit up the sky
pháo hoa thắp sáng bầu trời
and the air filled with music
và không khí tràn ngập âm nhạc
everything gave notice of some great event
mọi thứ đều báo hiệu một sự kiện lớn
but nothing could hold her attention
nhưng không có gì có thể giữ được sự chú ý của cô ấy
she turned to her dear Beast
cô ấy quay sang con thú cưng của mình
the Beast for whom she trembled with fear
con thú mà cô ấy run rẩy vì sợ hãi
but her surprise was great at what she saw!
nhưng cô ấy vô cùng ngạc nhiên trước những gì mình nhìn thấy!
the Beast had disappeared
con thú đã biến mất

instead she saw the loveliest prince
thay vào đó cô ấy nhìn thấy hoàng tử đẹp trai nhất
she had put an end to the spell
cô ấy đã chấm dứt câu thần chú
a spell under which he resembled a Beast
một câu thần chú khiến anh ta trông giống một con thú
this prince was worthy of all her attention
hoàng tử này xứng đáng nhận được sự chú ý của cô ấy
but she could not help but ask where the Beast was
nhưng cô không thể không hỏi con thú ở đâu
"You see him at your feet," said the prince
"Bạn thấy anh ấy ở dưới chân bạn," hoàng tử nói
"A wicked fairy had condemned me"
"Một bà tiên độc ác đã kết án tôi"
"I was to remain in that shape until a beautiful princess agreed to marry me"
"Tôi phải giữ nguyên hình dạng đó cho đến khi một nàng công chúa xinh đẹp đồng ý cưới tôi"
"the fairy hid my understanding"
"nàng tiên đã che giấu sự hiểu biết của tôi"
"you were the only one generous enough to be charmed by the goodness of my temper"
"Anh là người duy nhất đủ hào phóng để bị quyến rũ bởi tính tình tốt của tôi"
Beauty was happily surprised
người đẹp đã rất ngạc nhiên và vui mừng
and she gave the charming prince her hand
và cô ấy đã trao tay cho hoàng tử quyến rũ
they went together into the castle
họ cùng nhau đi vào lâu đài
and Beauty was overjoyed to find her father in the castle
và người đẹp vô cùng vui mừng khi tìm thấy cha mình trong lâu đài
and her whole family were there too
và cả gia đình cô ấy cũng ở đó
even the beautiful lady that appeared in her dream was there

thậm chí cả người phụ nữ xinh đẹp xuất hiện trong giấc mơ của cô ấy cũng ở đó

"Beauty," said the lady from the dream
"Người đẹp," người phụ nữ trong mơ nói
"come and receive your reward"
"hãy đến và nhận phần thưởng của bạn"
"you have preferred virtue over wit or looks"
"bạn đã coi trọng đức hạnh hơn trí tuệ hoặc ngoại hình"
"and you deserve someone in whom these qualities are united"
"và bạn xứng đáng có một người có những phẩm chất này hội tụ"
"you are going to be a great queen"
"bạn sẽ trở thành một nữ hoàng vĩ đại"
"I hope the throne will not lessen your virtue"
"Tôi hy vọng ngai vàng sẽ không làm giảm đức hạnh của bạn"
then the fairy turned to the two sisters
rồi bà tiên quay sang hai chị em
"I have seen inside your hearts"
"Ta đã nhìn thấy bên trong trái tim các ngươi"
"and I know all the malice your hearts contain"
"và tôi biết tất cả sự độc ác trong trái tim các người"
"you two will become statues"
"Hai người sẽ trở thành tượng đá"
"but you will keep your minds"
"nhưng bạn sẽ giữ được tâm trí của mình"
"you shall stand at the gates of your sister's palace"
"Ngươi sẽ đứng ở cổng cung điện của chị gái ngươi"
"your sister's happiness shall be your punishment"
"Hạnh phúc của em gái ngươi sẽ là hình phạt cho ngươi"
"you won't be able to return to your former states"
"bạn sẽ không thể trở lại trạng thái trước đây của mình"
"unless, you both admit your faults"
"trừ khi cả hai đều thừa nhận lỗi lầm của mình"
"but I am foresee that you will always remain statues"
"nhưng tôi thấy trước rằng các người sẽ mãi mãi chỉ là tượng"

"pride, anger, gluttony, and idleness are sometimes conquered"
"kiêu hãnh, tức giận, tham ăn và lười biếng đôi khi bị chế ngự"
"but the conversion of envious and malicious minds are miracles"
" nhưng sự chuyển hóa của những tâm trí đố kỵ và độc ác là phép lạ"
immediately the fairy gave a stroke with her wand
ngay lập tức bà tiên vung đũa phép của mình
and in a moment all that were in the hall were transported
và trong chốc lát tất cả những người trong hội trường đều được đưa đi
they had gone into the prince's dominions
họ đã đi vào lãnh thổ của hoàng tử
the prince's subjects received him with joy
thần dân của hoàng tử đã đón tiếp ông với niềm vui
the priest married Beauty and the Beast
vị linh mục đã kết hôn với người đẹp và quái vật
and he lived with her many years
và anh ấy đã sống với cô ấy nhiều năm
and their happiness was complete
và hạnh phúc của họ đã trọn vẹn
because their happiness was founded on virtue
bởi vì hạnh phúc của họ được xây dựng trên đức hạnh

The End
Kết thúc

www.tranzlaty.com

www.ingramcontent.com/pod-product-compliance
Lightning Source LLC
Chambersburg PA
CBHW012013090526
44590CB00026B/3983